பால்வெளிப் பயணம்

கவிதைத் தொகுப்புகள்

ஹிதாயத்துல்லா

ISBN 979-888569198-7

எனது தந்தை மர்ஹீம் M.N.கபூர்தீன் அவர்களுக்கு!

பொருளடக்கம்

பொருளடக்கம்

முன்னுரை

முன்னுரையில் அதிகம் பேச விரும்பாத நான் சில விடயங்களை பகிர்ந்தே ஆக வேண்டியுள்ளது.சில உறவுகள் நம்மை அவர்களின் செயல்களால் காயப்படுத்துவர்.அதையும் கண்டுகொள்ளாமல் நம் வாழ்க்கையை முன்னோக்கி எடுத்துச் சென்றாலும் இனம் காணவிய-லாத மன அழுத்தத்திற்கு நாம் ஆளாகின்றோம்.எல்லா பிரச்சனைக-ளுக்கும் தீர்வு நாம் அமைதியாய் ஆன்மீக வழியில் செல்வதே மேல் எனத் தோன்றுகிறது.

இதை இங்கு கூற காரணம் கடந்த காலங்களில் நான் பட்ட காயங்கள் அப்படி.அதோடு மன உளைச்சலுக்கும் ஆளாக்கப்பட்-டேன்.எதையும் கண்டு கொள்ளாமல் எழுத்தை சினேகிதனாக்கிக் கொண்டு கிறுக்க ஆரம்பித்ததின் விளைவுதான் கவிதைத் தொகுப்-புகளாய் வெளிவந்துள்ளது.

ஆனால் என் காயங்கள் ஆழமானவை.அதனால் என் பாவங்-கள் அதிகமாயின.அவை யாவும் இந்த கவிதைத் தொகுப்பில் நான் கொண்டு வரவில்லை.ஏதாவது நாவலில் அதை முழுமையாக வெளிப்படுத்துகிறேன்.

நாம் அனைவரும் அறிந்த விடயம்தான் என்றாலும் என் வாழ்-வில் எனக்கே நடந்ததை என்னால் என்றும் மறக்க இயல-வில்லை.அதாவது என்னவென்றால் இறைவன் நம் நற்செயல்களுக்-காய் கொடுக்கின்ற சுண்ணியம் வேறு.ஆனால் இந்த மக்கள் சொந்த பந்தங்களாய் ஆகட்டும் அக்கம் பக்கத்தினராய் ஆகட்டும் அல்லது உபதேசம் பண்ணுகிறவறளாகட்டும் பணசெல்வத்திற்கு தான் மதிப்பு தருகின்றனர்.

நான் சொல்ல வேண்டியதில்லை.அன்றாடம் நீங்கள் காண்ப-துதான்.உதாரணத்திற்கு கவனியுங்கள் இறப்பில் கூட செல்வந்தரின் மரணத்திற்கும் சற்று நடுத்தர மக்களின் அல்லது ஏழ்மையின் கீழ்

இருப்பவரின் மரணத்திற்கும் கூடும் கூட்டத்தை கவனியுங்கள்.

அடடே...என்னே மக்கள்!

இவண்,

ஹிதாயத்துல்லா.

1. அன்பானவள்!

இல்லாள் இனிதாய் அமைந்துவிட்டால்
இல்லறம் என்றும் சிறப்புறுமே!
நல்லோர் பலரும் வாழ்த்திடவே,
வல்லோன் அருளும் கிடைத்திடவே,
பொல்லா தீங்கும் நெருங்காமல்
எல்லா நலனும் கிடைக்கப்பெற்று,
வளமாய் நீரும் வாழியவே!

2. ஆவல் எனும்..

மெல்ல மெல்ல மழைத்துளி
விழுகிறபொழுது என்னவளின்
கற்பனை என்னை விழுங்க,
நல்ல நல்ல எண்ணங்கள்
நலம் வந்து சொல்ல
செவிதனில் அவள் குரல் சிறிதாய் சிணுங்க
உணவினை மறந்தேன் உலகினை மறந்தேன்,
மலர்களின் வாசனை எனை இங்கு நெருங்க!

3. இதயம் தேடும் அறிவியல்

கருந்துளை ஈர்ப்பில் பெருஒளிப்போலே
நின்விழி மையத்தில் வீழ்ந்தேன் நானே;
அண்டம் மேலும் விரிவது போல் உன்
எண்ணங்கள் என்னுள் தொடர்கின்றதே!
விண்மீன் நகர்ந்து செல்வது போலே
இதயமும் பயணம் புரிகின்றதே!
கிரகத்தை சுற்றும் நிலவைபோலே
என்னை சுற்றும் உன் நினைவுகளே!

Enter Caption

4. ஈகை தேடும் மனது...

கள்ளம் கபடம் ஏதுமில்லா
கனிவுடன் மனதினை வழிநடத்தி
வாழ்வில் என்றும் சிறப்புறவே
வரம் தருவாய் வல்லோனே;
மணமக்கள் என்றும் மகிழ்வுடனே
இல்லறம் பேணி அறம் காத்து
மழலைச் செல்வமும் உடன் பெற்று
இனிதாய் வாழ்ந்திட அருள்வாயே!

5. உலகு!

உலகம் எனக்கு அதிசயமானது
என்வசம் நீயும் ஆகிய பொழுது;
எதுவும் செய்திட தோணா மனது
உனை மட்டும் பிரிந்திட இயலாது!
உயிருள்ளப் பூவாய் உனைப் பேணி
உருகிடத் துடிக்கும் என் மேனி!
நிழலற்ற மரத்தின் நிழல்நான் உனக்கு
நிறமற்ற பழத்தின் நிறம்நீ எனக்கு;
படித்திடப் புரியா கவியினை மனதில்
படிந்திடப் புரியும் அதுபோல் நீயே!
துணையாய் இன்பம் நடப்பது போலே
இணையாய் எனை நீ சேர்ந்தாயே!

6. ஊடலின் நேரம்!

உள்ளவரை உனை நேசிப்பதே
என்னவளே என் முழுவேலை:
கனவினை நான் களைவதில்லை
காலம் முழுவதும் நீ என் கனவில்
கண்டிடவேண்டும் உயிருள்ளவரை.
பகட்டிற்காய் நீ இருமியபோதும்
நுரையீரல் எனதோ சரிந்து போகும்;
உதட்டோரம் உன் புன்னகைக் காண
முழுநேரம் நான் காத்திருப்பேனே!

7. எண்ணம் எனும் ஏணி!

தூரகிரகத்தில் நீயும் நானும்
பயணம் புரிந்திட மனம் என்றும் நாடும்:
யாரும் இல்லா நிலத்தினிலே
நீயும் நானும் காலாற
கவிதைப் பேசி நடந்திடுவோமா?

கவலை என்பதை களைந்திடுவோமா?
கவி அழகே நீதான் என்பேன்
நிலவை விட புதுப்பொலிவில் நீ இருக்க
நிலவினை அழகென எங்கனம் உரைப்பேன்?
மாறிடும் உலகில் மாறா மனத்துடன்
நிறைகுடம் போலே நிறைந்த அன்புடன்

நின் அருகில் நான் நிலவாக
என் இனிய கனி அமுதே
என்றும் இருந்திட மனமே விரும்பும்
எதனிலும் என்றும் நாட்டம் இல்லாமல்!

•8•

8. ஏக்கம் எனும் மடல்!

மெல்லிய பனியினைத் தீண்டும் தேகம்
சிலிர்ப்பது போன்றே
கிளர்ந்தது மனது;
எண்ணிய நாள் இது
எட்டிய நிலவாய்
அருகினில் வந்தது.

எட்டாக் கனியிது
கிட்டிய மகிழ்ச்சியின் எல்லை
கடலையும் தாண்டி சென்றிடும் விந்தை!
முதன்முதல் மனதும் விழிகளும்
கற்றிடும் புத்தம் புதிய மொழியங்கு பிறக்கும்:

கனவில் காண்பது போலொரு தோற்றம்
உருவினில் முன்னே ஆடிடும் சீற்றம்:
காண்பது எல்லாம் பெருமகிழ்வின் பதற்றம்!
மாதுவைப் போலே மது ஒன்றுமில்லை
பருகிடப் பருகிட உணர்ந்திடும் உயிரே!
தட்சணை கேட்டோர் தலைகுனிவாரே
தாம் தரத் தவறிய செயல்தனை எண்ணி!

9. ஒப்பனை!

ஒப்பனைத் தேவையில்லை
மனம் இங்கு மகிழ்ந்திருக்கும்
மணநாளில்;
கற்பனைத் தோற்றுவிடும்
கனிந்திடும் நின் முகமோ
அந்நாளில்;

எத்தனை அழகென்று நிலவை வர்ணித்தோம்
அத்தனையும் கற்பனையே
என்னவள் வரும்வரையில்;
மணமகள் மனம் மகிழ
மங்களம் நிறைவேற

மாநிலம் செழித்திடுமோ?
மணமகள் என் மனைவி
எனக்கோ பெருமிதமோ?
நான் இன்று பேறு பெற்றேன்
மணமகன் கோலத்திலே;
என்றும் மறவேனே
எனது இறையோனே!
நீ தந்த செல்வத்தில் இவள்
மாபெரும் பொன்மகள்!

10. ஒரினம்!

காதலி என்றால் இல்லாள் அவளே,
கண்டவர் எல்லாம் காதலியாகார்!
கனவிலும் மனதிலும் காதலித் தவிர
அழகெனும் பதுமை யாரும் தோன்றார்!
இல்லாள் அவளே என்னுயிர் என்பேன்
இல்லை என்றால் எங்கணம் வாழ்வேன்?
இறையை மறந்துக் கூறிடவில்லை
இறைதந்த வரத்தை வெறுத்திடலாமோ?
தவறியும் யாரையும் தவறாய் எண்ணிட
தறிகெட்டு மனதை மேய்த்திடமாட்டேன்!
எங்கோ தூரத்தில் பயணம் செய்தாலும்
அவள் மனம் என்னைத் தொடரும் அன்பாலே!
சிறுதவறுக்கும் ஆங்கே வழியொன்றுமில்லை,
பிரிவைத் தவிர வலி ஒன்றும் இல்லை!

11. ஒளசித்தியம்

காதலன் என்றால் கணவன் தானே
கண்டவர் யாவரும் கொண்டவர் அல்ல:
கனவிலும் மனதினுள் அந்நியன் எவரையும்
நுழைந்திட நானும் அனுமதிப்பேனோ?;
கெட்டத் திரையும் இதழும் ஊட்டிடும் நஞ்சினை
என்றும் மனதில் ஏற்றிட மாட்டேன் நானே.
நானொரு அறப்பெண், எங்கணம் மறப்பேன்?
ஒழுக்கம் என்பது என்னுடைமையாகும்,
கணவன் என்பது பெண்ணுடைமையாகும்!
என்பால் அவனும் அன்பு கொள்வானே.
அவன்பால் நானும் உயிரை வைப்பேனே!

யாரையும் தவறாய் அவன் மனவீட்டில்
குடியேற்றிட மாட்டான் என்பது உறுதி!
ஆயினும் என் மனம் அவனைத்தொடரும்
தவறெனும் வழியைத் தவிர்த்திடச் செய்யும்!

12. அஃது

மணம் புரியும் இந்நாள் என்பது
மனம் இணையும் நன்னாள் அது!
தினம் தினம் அவளும் அவனுக்காக
அநுதினம் அவனும் அவளுக்காக
அவர்களின் அனைத்தும் அவர்களுக்காக
காதலும் காமமும் கலந்திடும்
அன்பால் நனைந்திடும் அன்பும்,
பண்பால் கோர்த்திடும் பாங்கே
மங்களம் என்னும் கல்யாணம்!

13. கனவு காலம்...

மணங்கமழும் மணவிழாவில்
மணமக்கள் மகிழ்ந்திருக்க
எங்கோ பெய்த மழையின் மண்வாசனைப் போல்
மனம் அங்கே அலைபாயும்.
கண்டிருப்பினும் காணாதிருப்பினும்
திருக்கோலத்தில் ஒருவருக்கொருவர் காண்பதில் ஆர்வம்.
கண்கள் தோற்றுவிடும் வெட்கத்தில்
இமைகள் படபடக்க ஆவல் மேல் ஆவல் கொள்ளும்
இனிய மணமக்கள்
இனிதாய் தொடங்கும் புதுப்பயணம்

இணைந்த மனதுடன் தொடர காத்திருக்கும்..

இன்பமோ இன்பம் பேரின்பம்
தனிமையில் இல்லாமலும்
தொட்டும் தொடாமலும் பட்டும் படாமலும்
கிட்டும் அது..
இறைவன் நிகழ்த்திடும் விந்தை இது!

14. காதல் நிலா...

காலாற நான் நடந்த பொழுது

ஓசை ஒன்று கேட்டேன்...

என்னை அழைத்தது.

எப்பொழுதும் கேட்டாலும்

எந்த குரலில் கேட்டாலும்

அழகான வாக்கியத்தால்

அது நிரம்பியிருக்கும்

ஆகவே குரலையும் எளிதாக்கி

அழகாக்கி விடும்..

அதிகாலையின் அழகைக் காண விரும்பா

மனமே மறுதலிக்கும்

எழுந்தால்தான் தெரியும் நாம் மிதப்பது.

நிலாப் பயணம் போல் அது!

15. கிழமை!

நவநாகரீக கனவுகளில்
நான் வீழ்ந்தபொழுது எழவில்லை
அல்லது மனதில்லை.
ஏதாவது புதுக் கனவுகள்
நித்தம் மகிழ்வாகவே
உள்ளது.
வாழ்வின் தூரத்தில் நான்
இருக்கிறேன்
எனக்கான கனவு தூர கிரகத்தில்
இருந்தாலும் அருகாமையாய் தெரிகிறது.

16. கீறல்...

நான் காற்றில் இருந்து வரவில்லை
நான் நீ ஆகவில்லை
கூண்டில் இருந்தாலும்
நான் எங்கும் வாழவில்லை...

17. குரலின் இனிமை!

சிங்காரப் பூவழகி
சிரித்தாலே, நெஞ்சத்தில்
பாலாறு ஓடுமடி
பலவாறு கொள்ளுமடி!;
''ழ்'க்கு 'ல்' போட்டு
நான் பேசி பழக்கமில்லை
நா கூட உளருதடி
அவ பேர கூப்பிட்டப்போ!
செந்தமிழே கோபப்பட்டு
செல்லாதே என்னைவிட்டு!
என்னவளை எழுதிடவே
எந்தமிழே கொஞ்சம் பொறு;
செங்கரும்பாய் இனிப்பவளே,
எங்கு சென்றுத் தேடிடுவேன்
எனைவிட்டு நீ சென்றால்
கவியொன்றை நான் வடிக்க?!

18. கூடல்!

உள்ளம் அமைதிக் கொள்வதில்லை,
உன்னை நினைவினில் ஏற்றிக்கொண்டால்;
மதுவொன்றும் மயக்கத் தேவையில்லை
மாது உன் நினைவோ பெரும் மயக்கம்;
விலகிடத் துணியா மனம் இங்கே
உருகிடும் நிலையில் மீள்வது எங்கே?
எண்ணம் முழுவதும் நீயானால்
திண்ணம் நான் இங்கு மாய்வது அன்பே!

19. கெடுதி!

புரியா மொழியின் இனிமைப் போலே
அவள் விழிப் பார்வையும் படர்ந்தது என்மேல்!
நிகழாக்கதையின் நிகழ்கண்டு வியந்தது போலே
என்மனம் வீழ்ந்தது வியப்பின் ஊடே!
யாரோ எவரோ அறிந்திடவில்லை,
தவிர்த்திட முயன்றும் தொடர்ந்தது தொல்லை!
பயணத்தில் நான் கண்ட நிகழ்வினில் இதுவே
உறக்கத்தில் கூட விலகிடவில்லை அறவே!
நமக்கல்ல என்று அறிந்தபின்னாலும்
எதற்கு இந்த எண்ணம் வீணில் எல்லாமே!

20. கேடு!

கள்ளக் காதலிலே நல்லக் காதல் உண்டோ?
மெல்லக் களவுகளை நிகழ்த்திட துணிந்தவர்கள்
நல்லதை விட்டும் தூரம் சென்றோர்
நானிலம் மாண்பினை கெடுத்தோர் ஆவர்;
ஆயினும் காதலில் குருடர்கள் ஆகினர்;
தரமற்ற செயலில் குலத்தை கெடுத்திட
முறையற்ற உறவினில் சிரத்தை செலுத்திடும்
போக்கினை மாற்ற நேர்வழி செல்வீர்
ஒழுக்கம் என்பதை உடையாய் கொள்வீர்!
நெருப்பினை போலே அதனை அணிவீர்
தீதொன்றும் தீண்டா என்பதை அறிவீர்!

21. கைமாறு!

புத்தம் புதிய ஆடையிலே
அருகினில் அமர்ந்தாள் மேடையிலே
நித்தம் எந்தன் உறக்கத்தை கெடுக்கும்
பத்தினி அவளின் கனவினில் நான்;
முத்தங்கள் பேசும் விருந்தினிலே,
தத்தம் மனதின் பெருமகிழ்வினிலே
பருகிட இனித்திடும் நீரோடையிலே,
மூழ்கிடத் திளைத்திடும் வாழ்வினிலே...!

22. கொள்ளளவு!

இந்நேரம்
இதயம் இங்கு கனிவுடனே
இளைப்பாற
இதமான தென்றல்
வந்து தீண்டாமல் போய்விடுமோ?
நலமாய் நாம் இருக்க
ஊரும் வாழ்த்திடவே,
காதலி நீ எனக்கே என்பதில்
பெரும் மகிழ்வே!
நம் செவி தீண்டிச் செல்லும்
வாழ்த்துக்களின் வார்த்தைகளோ
வாசனைத் திரவியம் போல்
ஊர் முழுக்க மணந்திடுமே!
மணம் காணும் இந்நாளே
மணமகளே அறிவாயோ
இதுவே நமக்கு ஒரு
மனம் மறவா பொந்நாளாம்!

23. கோலாகலம்!

இன்முகத்தோடே
இல்லறம் பேணி
நல்லறமாக்கிடல் நாமும்
நலமாய் பெறுவோம் மழலையும்
நம்முடனே!
பாராட்டில் பாரினில் திகழ
தாலாட்ட தலைமகன் ஒருவனும்
சீராட்டி நாம் வளர்க்க
சீமாட்டி ஒருவளுமாய்
நாமிருவர் பெருகிட வேண்டும்
விருட்சமாய் தழைத்திட வேண்டும்;

24. கௌரவம்!

சிறுகுடைப் பிடித்து மழைதனில் நடக்கும்
பதுமையைக் கண்டு கவிதையும் வியக்கும்;
சிறகுகள் விரிக்கும் கற்பனை உலகம்
சில்லெனக் காற்றினை அருந்திடும் சுவாசம்!
உயிரென மருகிடும் உள்ளமும் என்றும்;
இணைந்திடத் துடிக்கும் இதயமும் ஏங்கும்,
கனவுகளாய் இருந்திட்ட பொழுதும்
கலைந்து விடாத வரங்கள் வேண்டும்!
நான் எங்கும் செல்லத் துணிந்திடமாட்டேன்
இல்லை என்றும் பிரிந்திடமாட்டேன்
இணைந்துக் கொள்வாய் இனியவளே,
இளமை எனும் ஏட்டினில் வரைவோம்
காவியம் ஒன்றைக் கவிதையுடன்!

25. என் இதயத்தின் தாரகையே...

மலையடி வாரம்
அதுவே அந்த
ஊரின் ஓரம்; தூரத்தில்
கண்டால்
ஆங்கொரு மரமாய்
அழகின் சாரம்;
கட்டிடங்கள் உயர்ந்தன;
வீதியிலே அதன் அழகு
கண்களுக்கு மறைந்தன;
மக்கள் கூட்டம் நாளும் பெருகி
வசிப்பிடம் உயர
வாழ்வியல் அழகை காண்பது அறுதி!
மழைவர நேரம் எதுவும் இல்லை
மழைக்காலம்;
மங்கையவளை காணவும் இல்லை;
பதைத்தான் கண்டிட;
மனதுக்குள்
புதைத்தான் மறைத்திட;
அந்நாள்
அவன் கண்ட நன்னாள்;
என்றும் மறவாத
பொன்னாள்;
கண்டதும் கொண்டான்,
காதல் என்றான்;
கண்டதும் காதல் கொண்டிடவில்லை;
என்றோ மனதில் இருப்பவள்

போலே இருந்தாள்
என்றான்;
விட்டால் இதயத்தை
எடுத்தே நவில்வான்;சிரித்தான்
நண்பன்;செவிதன்னில் கேட்ட
அன்பன்;
காதல் என்றால் துன்பம்
என்போன்;
புதைத்தான் அனைத்தும்
மனதுக்குள்;
தவிர்த்தான் இணையணை;
சொல்லுதல் நலமில்லை
என்றெண்ணி தடுத்தான்
மனதினை;
மலையின் அழகை
மலைமேல்
காண அடைந்தான் குன்றினை;
தனிமையும் அமைதியும்
உணர்த்திடும் அழகினை!
காதலியவளைக் கண்டதும்
வார்த்தைகள் கோர்த்து;
ஆசைக்கொண்டான் நடந்திட
அவளுடன் தன்கைகோர்த்து;
பாதை மெல்ல அளந்தபடி
நடந்தாள் பதுமை,
மழையில் சற்று நனைந்தபடி;
கையில்
தலைமேல் விரிந்த குடை;
இருந்தும் நனைந்தாள்;

அறிந்தாளோ மழை
இறையவனின் அருட்கொடை;என
மழை நீருடன்
கொஞ்சம் இணைந்தாள்;மழலையின்
மனதுடன் தன் இளமையை
பிணைத்தாள்;
இது காணாதிருந்தால் நல்லதோ?
அவன் கண்களின் வழி
ஏன் நுழைந்ததோ?
அன்றே
அவனிடம் அவனை மறக்கலானான்;
அவளையும் நினைத்தான்,
தன்மனதை கொய்தவள்,
மழையில் நனைந்தவள்;
என்றே மகிழ்வுடன்
உறக்கத்தை துறக்கலானான்;

காதல் எனும் போர்வையில்
வளர்ந்தது இது
இங்கனம்;
இதைக்

காதல் என்று அழைப்பது
எங்கணம்?;
ஆயினும் எழுதினான்
மனதினில்;நான் வீழ்ந்தேன்
காதலில்!
நுழைவாயில் அமைந்த
இளமை;கண்டும் காணாதிருப்பது
பழமை;இன்றோ இது
ஒரு வளமை!
தந்தையின் சொல்
செவியில் வந்தது;தோட்டம் பாரென
பணித்தது;
பறந்தான் உடனே
மகிழ்வுடன்;அடிவாரம் காணும்
உணர்வுடன்;
மலையடிவாரம்;
அதனொரு ஓரம்
அவர்களின் தோட்டம்;மனதுக்குள்
என்றும் ஒரு தேட்டம்;
கவின்மிகு அழகு
மாலைநேரம்; அதனிலும்
அந்த மலையடிவாரம்;தேட்டம்
எதனால்?;
கற்பனைக் குவியும்
அதனால்;!
மங்கை வந்தாள்
நினைவில் மீண்டும்;கவிகள்
கனியென சுவைக்கத்
தூண்டும்;

நிலவினில் நடந்தும்
வீழ்வான் வானில்;வரைவான்
கவிதைகள் காற்றின் தூணில்;
காதலியாம்
கற்பனையாம் கலகல
ஒலியாம்;
காதினிலே அமுதம்
பாய்ந்திடும் இன்ப வலியாம்!
விறுவிறுவென முடித்தான்
பணியை;
சுவாசத்தில் உணர்ந்தான்
படரும் பனியை;
தோட்டத்தில்
கண்டான் திட்டொன்றை;
மங்கை நின்றாள் அங்கு
சட்டென்று;
நாவும் எழவில்லை;நாணம்
என்பது பெண்ணுக்கு மட்டும்
உடமையில்லை!
தாகம் கொண்டான்;
மோகம் கொண்டவள் முன்னே;
சொல்லொன்று ஏதேனும்
வருமோ பின்னே?
பேசிட காத்தது
நாட் கணக்கில்;கிட்டியபொழுதோ
பெரும் கிறுக்கில்;
***
நேரம்
யாருக்காகவும் ஆகாது

சோரம்;
நிற்காது பயணிக்கும்
பொய்க்காது காலம்;
கடந்தது நன்றாய்,
வளர்ந்தது காதலும் ஒன்றாய்;
அவனுடன்;
அவன் நினைவுடன்;
மாலை வரவை அவன்
விழிகள் நோக்கும்;
தாமதமானால் அவனைத்
தாக்கும்;தாமதம் என்பது அவனின்
தவிப்பின் தோணல்;
காலம் எங்கும் நின்றிடுமோ?
ஓய்வினை
எதுவும் பெற்றிடுமோ?
மங்கையவளை காண்பான்
கண்ணில்;
மலர்களின் படுகையில்
தவழ்வான் விண்ணில்;
தூரச்செல்வான் உலகினை
விட்டும்;காதல் குடிலில்
அங்கு அவனும் அவளும்
மட்டும்;பெற்றவர் மனம்
பதறித் தவித்தது;
இரகசியம் என்ன அறியத்
துடித்தது.விளித்தனர்
நண்பன் ஒருவனைக் கண்டு;
ஆகினான் புத்திரன் இங்ஙனம்
எதனைக் கொண்டு?

தனிமையில் அவனோ தள்ளாட்டம்;
இனிமையாய் காற்றில் சொல்லோட்டம்;
ஆனது என்ன?
விளங்கிட வில்லை;அறிந்தால்
கூறிடு விளங்கிக்கொள்ள;
விளங்கிட தாமதமானது;
விசித்திரம் என்றே
எண்ணத் தோணியது;
அணுகினான் தினமும் அவனிடம்
தோழன்;அவன் அறிந்திட சிலநேரம்;
அவன் அறியா பொழுதினில் ஒரு நேரம்.
அதிர்ந்தான் அவன் அன்பனை எண்ணி;
ஆனது உனக்கென்ன தனிமையில்
நீயும்;?
அங்கே உனைப் பெற்றவர்
கண்ணீரில் கண்களே தேயும்;
காதலி உள்ளாள் என்பதோ
இங்கோ மாயம்;
மீண்டுவந்தான் அவளிடமிருந்து;
துவண்டு போனான் அவள்
நினைவிலிருந்து;
தோழன் பெற்றான் புரிதலை
கனநேரம்;செய்தி சேர்த்தான்
அவன் தாய் தந்தை காதோரம்;
பொல்லாத நோயொன்று
அவனைத் தீண்ட
கொல்லாமல் விட்டதெனக்
கொள்வீர் மகிழ்வு;
மணமுடித்தல் நலம்;

தங்கள் மகன் மனம் நாடியபெண்ணைக்
கொண்டே;
மணப் பருவத்தில் காத்திருக்கின்றாள்
வாய்ப்புகள் உண்டே;
தன்பணி முடிந்திட நடந்திடாமல்
பெரும்பகுதி முடிந்ததில்
கண்டான் ஆனந்தம்.
நண்பன் என்பவன் ;
அந்த நற்பண்பன்;
நீட்டிக்க செய்திருந்தால்
நீண்ட நாள் அலைந்திருப்பான்;
நிலைமை தனை மறந்திருப்பான்;
நினைவுகளை நிஜமென
அணிந்தவன்;
ஊராரும் தூற்றியிருக்கும்
பைத்தியமென;
அறிந்தான் இதுதான் பத்தியமென;
அனைத்தையும் உரைத்தான்
இதுதான் சத்தியமென;
பெற்றோர் விழித்தனர்;
பருவத்தில் கவனமற்றுக் கிடப்பதில்
சளித்தனர்.
மணவிழா ஆயத்தம் துவக்கினர்;
மகன் என்ற
மனிதனுக்காய்;

26. மணமகள் என்ற பொன்மகள்!

இல்லாள் இனிதாய் அமைந்துவிட்டாள்
இல்லறம் என்றும் சிறப்புறுமே!
நல்லோர் பலரும் வாழ்த்திடவே,
வல்லோன் அருளும் கிடைத்திடவே,
பொல்லா தீங்கும் நெருங்காமல்
எல்லா நலனும் கிடைக்கப்பெற்று,
வளமாய் நீரும் வாழியவே!

27. இரகசிய மணம்!

மெல்ல மெல்ல மழைத்துளி
விழுகிறபொழுது என்னவளின்
கற்பனை என்னை விழுங்க,
நல்ல நல்ல எண்ணங்கள்
நலம் வந்து சொல்ல
செவிதனில் அவள் குரல் சிறிதாய் சிணுங்க
உணவினை மறந்தேன் உலகினை மறந்தேன்,
மலர்களின் வாசனை எனை இங்கு நெருங்க!

28. வேண்டுதல்...

கள்ளம் கபடம் ஏதுமில்லா
கனிவுடன் மனதினை வழிநடத்தி
வாழ்வில் என்றும் சிறப்புறவே
வரம் தருவாய் வல்லோனே;
மணமக்கள் என்றும் மகிழ்வுடனே
இல்லறம் பேணி அறம் காத்து
மழலைச் செல்வமும் உடன் பெற்று
இனிதாய் வாழ்ந்திட அருள்வாயே!

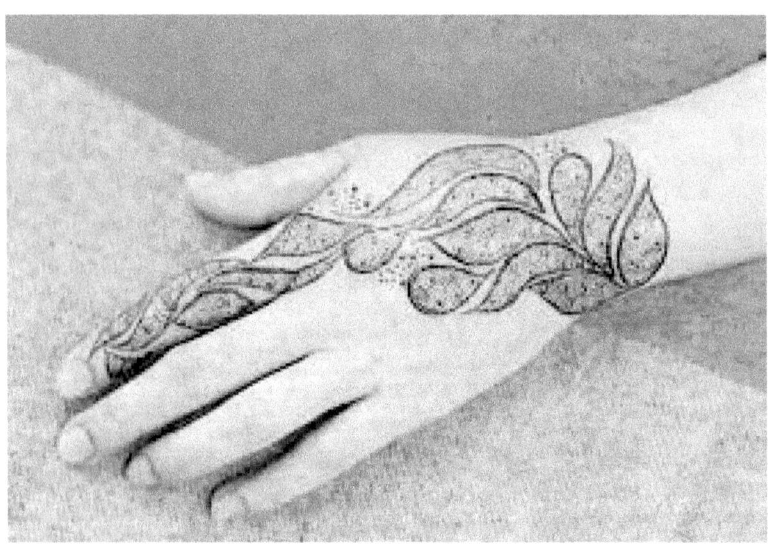

29. அத்தியாயம் ஒன்று!

உள்ளத்தில் நீயும் ஆசனம் இட்டாய்,
எண்ணத்தில் என்றோ கலந்தும் விட்டாய்;
ஒளி எனும் வேகத்தில் உந்தன் நினைவுகள்
விழி மூடா வண்ணம் நிரவியதேனோ?
இமையற்ற கண்கள் இனிதே அல்ல
நானற்ற நின் தேகம் சொல்வதும் என்ன?
நாணத்தின் நுனிக்கொம்பில் நீயும் தவிக்க
ஞானத்தை பெற்றிட நானும் முழிக்க
நேரமும் நமக்கென காத்திருமோ?
வையத்தை இன்று மறந்திடுவோமே
இன்பத்தை நன்றாய் அளந்திடுவோமே!

30. கனவு காலங்கள்...

முகத்திரை விலகி
உன் பிறை முகத்தை கண்டால்
என் கறை படிந்த மனமும்
காதலின் கனலால் கரையுமே...

31. சொல்லாத வார்த்தை!

சொல்லாத வார்த்தைகளின் மௌனமும்
பொல்லாத அன்பின் ஏக்கமும்
இல்லாத கணங்களின் நொடிகளும்
அவளிடம் எனை கொல்லாமல் கொல்லுகின்றன...

32. பொறாமை!

விண்மீன்களும் வெண்ணிலாவும் ஒன்றாகின்றன
உன் அழகை கேட்டு மன்றாடுகின்றன
பொறாமையால் உடைந்து துண்டாகின்றன
மாதத்தில் ஒருநாள் மண்ணோடு மண்ணாகின்றன...

33. இன்பங்கள்!

சில வரி வார்த்தைகளால்
எழுதிவிட மனமில்லை..
எழுதி தீர்த்திட இயலா
பெருங்காவியமாய்
எனக்குள்ளே இருந்து போகட்டும்..
இந்த இன்பங்கள்!

34. உணர்வு!

உதடு இருந்தும்
சிற்பங்கள் ஏன் பேசுவதில்லை?
கட்டாந்தரையிலிருந்து
கலையாகிய வழியில்,
உருவாக்கிக்கொண்ட
நிதானம்
காரணமாகியிருக்கலாம்!
இல்லை உயிரற்ற கல் அது!
உணர்வற்ற பாறை!

35. என் இனியாள்!

நீ எனக்கான
கவிதை
என்பதால் தான்..
உன்னை
அடிக்கடி வாசிக்க
எண்ணம் கொள்கிறது என் மனது!

36. காதலன்!

அவன் நேசத்தின் பிடியில்..
அவன் தோள் சாய்ந்து,
நான் எனையே மறந்து
மணிகணக்காய் பேசித்
தொலைகிறேன்..நான்!
நேரம்
செல்வதறியாமல்!

37. திசை...

நிகழ் நேரம்
நீ என்னோடு இல்லா நாட்களும்
நரகத்திற்கு ஒப்பாகும்!
கவலையில் நான் தவிக்கிறேன்
என்னோடு நீ இன்றி!
நீ சென்ற திசை எங்கே!

38. நினைவு!

கனவுகள் பல சுமந்து
காதலை முதலில் துவங்கி...
தூரத்திச் சென்றாள் என நினைத்தேன்...
எனையே உதறி சென்றாய்....
என்னை தொலைத்து
உன்னில் தேடினேன்...
இப்போது இதயம் நொந்து
உனக்காக உருகி தவிக்கிறேன்
உனை நினைவுபடுத்தும்
பாடல்கள் சில கேட்டு!

39. மெய்!

இந்த அழகை நான் மட்டும் ரசிக்கும் அளவிற்கு சுயநலம்
பிடித்தவன் அல்ல....
நீயும் கண்டு களி!
நான் கண்ட
கவிதையை!
இப்படிக்கு நீ முகம் பார்க்கும்
உன் கண்ணாடி
நான் தான்!
எது மெய்?

40. ஆவல்!

உந்தன் மேனியில் மேகம் ஒட்டிகொண்டதோ? என்னவோ??
நான் தொட்ட உடன் நீ கலைந்து
காதல் மழை பொழிந்து...
மின்னலில் என் இதய கோடுகளும்...
உன் பெயர் எழுதிட....
முடிவில் கலந்தது இதையத்தில் உந்தன் காதல்!

புதிய கிரகம்...

41. புதிய கிரகம்!

நீங்கள் என்னைப் பார்த்து சிரித்தீர்கள்...
மேலும் நீங்கள் அறியவில்லை
பக்கத்து வீட்டுக்காரரின் தோட்டத்தைக் கண்டு நான் பயப்படுகிறேன்
நாம் ஆப்பிளைத் திருடினோம்
தோட்டக்காரன் நம் பின்னால் ஓடிவந்தான்...
பணக்காரன்....பாவி
பணம் இழக்க மனமில்லாமல்...
அவன் உங்கள் கையில் ஆப்பிளைப் பார்த்தான்...
தொற்றிக்கொண்ட கோபம் அவனைப் பார்க்க வைத்தது
கடித்த ஆப்பிள் உங்கள் கையிலிருந்து தரையில் விழுந்தது
நீங்கள் ஓடினீர்கள்.
இல்லை என்ற வார்த்தையுடன்!
பல வருடங்களாக என் காதில் அமைதியாக இருக்கிறது
அது என்னைத் தொந்தரவு செய்கிறது
மேலும் சிந்தனையாளர்கள் இதைப் பற்றி
அதிகம் நினைக்கிறார்கள்
ஏன்?

42. கோமாளி!

ஓ பயங்கரமான இரவு
எத்தனை பெண்கள் தீக்குளிக்கிறார்கள்?
அல்லது என் கண்களை விலக்கி விடுங்கள்
அல்லது திரையை நீங்களே குறைத்துக் கொள்ளுங்கள்
அல்லது என்னை சாக விடுங்கள்
என் வாழ்வின் நாட்களைப் பார்க்கிறேன்
குளிர் காலம் தொடங்கி ரொம்ப நாளாகிவிட்டது
நான் எப்போதும் கண்ணில் இருந்து அழுவேன்
என் மனம் கொந்தளிப்பு மற்றும் வலிக்கு சென்றது
நான் வெளியேறுவதால் என் வாழ்நாள் முழுவதும்
துரதிர்ஷ்டம் இல்லை
மற்றும் பல இரவுகள்
உங்களுக்கு முடிவு உண்டு!
அது வாழ்க்கையின் துவக்கம்!
நீங்கள் என்ன செய்தாலும் என்னிடம் சண்டையிடுங்கள்
என்னை வருத்தியது போதாதா?
நீங்கள் இதயத்தை எடுத்துக் கொள்ளுங்கள், நீங்கள் என்னிடமிருந்து வந்-
தவர்கள்
ஒவ்வொரு கணமும் ஒரு புராணக்கதைக்கு
நீங்கள் ஒரு கடுமையான தேசத்துரோகத்தில் இருந்தாலே போதும்
வலியின் மூலதனம் மற்றும் அதிர்ஷடத்தின் எதிரி
நீங்கள் சொல்லும் கதை இது
ஆனால் ஒரு சிறந்த கதை அல்ல!
இது நல்லது, ஆனால்
அது வலியிலிருந்து இருக்க வேண்டும்

அமைதியின்மையிலிருந்து என் இதயத்தை உடைக்கவும்

இந்த புராணத்தை சுருக்கவும்

பூக்கிளையிலிருந்து எங்கே விழுந்தது

வாசலில் காற்று எங்கே வீசுகிறது?

மற்றும் அங்கு அலை அலையாக

தண்ணீர் சிந்தியது!

ஓ இருண்ட இரவு நமக்குத் தெரியும்

மறைந்திருக்கும் தீமை எங்கே?

இரத்தம் தோய்ந்த இதய வலி!

எத்தனையோ அழுகைகளும் கூக்குரல்களும் உள்ளன

சோகமான காதலர்களுக்காக அழுவது யார்?

நிழலில் மரங்கள் என்ன?

ஆடு மறைவான உலகில் காணப்படுகிறதா?

இந்த பேரழிவுகள் மனித உதவியற்றவை

அல்லது உலக உண்மையா?

உங்கள் பயணத்தில் எனக்கு வலிமை இல்லாமல் போகட்டும்

லாபத்தின் நோக்கம் என்ன?

போதுமான நேரம் கடந்துவிட்டது, நீங்களும் கடந்துவிட்டீர்கள்

பயமுறுத்தும் வகையில் !

கடந்த கால வரலாறு

அல்லது இறந்தவர்களின் ரகசியமா?

உங்களுக்கு இந்த ஒரு நாள் உண்டு

அல்லது காதலுக்கு முக்காடு போட்டிருக்கிறீர்களா?

அல்லது நீ என் ஆத்மாவாகிவிட்டாயா?

இந்த அதிசயத்தின் இரவு

அவன் தூங்கட்டும்!

பிணம் என்று கூறாதீர்கள்!

உயிர் சற்று ஓய்வெடுக்க சென்றது.

எல்லாப் பக்கங்களிலும் காற்று வீசுகிறது

நட்சத்திரம் மறைந்தது

நான் உன்னை எவ்வளவு நேரம் பார்க்க வேண்டும்?

உள்ளே தூங்குவோம்
காலத்தின் அசுரத்தனமான ஆடு
சின்னம் குறைவாகவே நினைவில் உள்ளது
மேலும் எந்த கட்டுக்கதையிலிருந்தும் விடுபடுங்கள்
அவர் கண்களை மூடட்டும்
உலகம் என்னைப் பார்த்து சிரிக்கட்டும்!
கோமாளி!

43. நிழல்!

ஒவ்வொரு தோற்றத்திலும் வானத்தின்
நிழல் எளிமையாக இருந்தது
வீசும் தூய காற்று...
அது உயிர் மூச்சாக இருந்தது!

44. தித்திப்பு...

நீங்கள் என்னுடன் எவ்வளவு
நெருக்கமாக
இருக்கிறீர்கள் என்று பாருங்கள்!
தூரம் ஆயிரம் கிலோமீட்டர் என்றாலும்...